Sunflower

Nadia L. Santos

Ukiyoto Publishing

All global publishing rights are held by

Ukiyoto Publishing

Published in 2024

Content Copyright © Nadia L. Santos

ISBN 9789362693716

All rights reserved.
No part of this publication may be reproduced, transmitted, or stored in a retrieval system, in any form by any means, electronic, mechanical, photocopying, recording or otherwise, without the prior permission of the publisher.

The moral rights of the author have been asserted.

This book is sold subject to the condition that it shall not by way of trade or otherwise, be lent, resold, hired out or otherwise circulated, without the publisher's prior consent, in any form of binding or cover other than that in which it is published.

www.ukiyoto.com

Contents

Sunflower	1
Seasons	9
Interrelated	13
Rise-up	15
Freedom and Responsibility	17
Summer of 2022	21
About the Author	*23*

Sunflower

Huwag maging abusado sa sariling pangangatawan dahil lahat ng sobra ay nakasasama. Ang dami kong napalampas na mahahalagang okasyon noong huling linggo ng Mayo. Biruin mong sa 24 na taon kong pagiging guro, sa unang pagkakataon ay di ako nakadalo sa Araw ng Pagkilala (Mayo 28) at Araw ng Pagtatapos (Mayo 31) ng mga estudyante ko. Ang dahilan, nagdoble na kasi ang paningin ko. Mayo 26, Linggo ng umaga nang magdesisyon akong harapin na ang Kabanata II ng aking thesis, sa pagkakatanda ko, alas-9 ng umaga nang magsimula akong mag-encode, nagkakaroon din naman ng pagkakataong magpahinga kapag kakain o kaya ay magbabanyo. Itinigil ko ang aking ginagawa ng alas-2 ng hapon. Nagising ako ng Lunes ng umaga na masakit na masakit ang aking ulo at nakararanas nang panlalabo ng mata. Di ko ito ininda at ininuman ko lang ng paracetamol. Nagtulog lang din sa pag-asang mawawala ang pananakit sa ganoong paraan. Bandang hapon ay nagpasama pa ako sa aking asawa sa mall para bumili ng blusa na susuotin ko sana sa Araw ng Pagtatapos (di ko na naisuot, hanggang ngayon ay naka-hanger lang sa may pinto ng aming kwarto). Mayo 28, Martes, walang nagbago, masakit pa rin ang ulo ko at parang mas lumabo pa ang paningin ko, sa pagkakataon ding ito ay nagdodoble pa nga ang tingin ko pero ipinasya ko pa ring pumasok dahil may event sa aming paaralan. Sa paaralan ko naranasan ang mga hakbang sa hagdan na di ako sigurado kung tama ba ang aking inaapakan. Sa malayo, ako'y naliliyo, kinakabahan na ako, di na maganda ito. Umakyat ako sa ikatlong palapag ng aming paaralan, mas lalo akong kinabahan, binabati ako ng mga nakakasalubong ko, di ko sila matingnan nang diretso, ang labo na kasi nila at ang sakit ng rehistro nila sa paningin ko. Pumwesto ako sa likod dahil nag-umpisa na ang programa. May nakapansin na parang di maganda ang lagay ko kaya inabutan nya ako ng white flower na pamahid. Di ito nakatulong, hanggang sa sabi ko sa aking kaibigan, bababa na ako sa opisina namin dahil nasusuka na ako. Sa opisina, pinakinggan ko ang katawan ko at mayamaya nagpasya na akong tumawag sa pinakamalapit na ospital sa aming paaralan. Sabi sa kabilang linya, wala ang doktor sa mata ng aking asawa, sa Hunyo 14 pa raw ang balik. Nagtanong na ako kung mayroon pa bang ibang doktor sa mata na available, mayroon daw, 10-12. Sinundo ako ng aking asawa sa paaralan at agad kaming nagtungo roon. Nagpapasalamat ako sa kanyang pagsundo dahil baka naaksidente pa ako. Sa may bandang parking kasi may isang puting sasakyan na dumating at dahil nagdodoble nga ang aking paningin di ko alam kung alin sa dalawang iyon ang totoo at dapat kong iwasan. Sa klinika ni dok nag-umpisa na ang pagtatanong-tanong. Nariyang pinabasa sa akin ang mga letra, sinilip ang aking mga mata, at tila sinusukatan ako ng salamin. Sa huli ay nag-abot siya ng papel na may request na magpakuha ako ng dugo. Mayo 29, Miyerkules, lumiban ako nang araw na ito para magpakuha ng dugo, ang mahal, P3,225 ang inabot, magastos talagang magkasakit. Halos dito na napunta ang katapusang sahod ko. Nang araw rin na ito ay nagdesisyon na akong lumiban hanggang sa katapusan ng Mayo. Salamat sa service credit. Mayo 30, balik klinika ni dok bitbit ang resulta, dito sinabi nyang masyadong mataas ang blood sugar ko, 295. Ito marahil ang dahilan kaya antok na antok ako palagi at kaya nagkaganito ang mata ko. Ipa-workout ko raw ang sugar ko. Niresetahan nya rin ako ng eyedrop at dalawang gamot para sa mata, ang isa ay iinumin sa loob ng 14 na araw habang ang isa ay sa loob ng 1 buwan. Ginawa nya rin sa akin ang paggamit ng eye patch, tinakpan nya ng gasa ang kanang mata. Gagawin raw ito nang salitan sa kaliwa at hanggang sa bumalik sa dati ang kanan. Mayo 31, nagdesisyon akong maglog-out sa Facebook at messenger ng aking work account upang di mastress sa walang tigil na katutunog nito at nang makapagpahinga at makapagpagaling. Hunyo 4 nang magpunta naman kami sa klinika ng isang diabetologist upang ipa-workout nga ang aking sugar. Nahihiya pa nga ako kasi nung una asawa ko lang ang pasyente nya ngayon dalawa na kami. Pagkakita sa nakapatch kong kanang mata, tinanong nya agad kung napaano ito. Tiningnan nya rin ang resulta noong nagpakuha ako ng dugo. Dito'y nilabasan na niya ako ng Gensu pen at tinuruan kung paano mag-iinject ng insulin, 24 units, 30 minuto bago mag-almusal at 12 units, 30 minuto bago maghapunan. Niresetahan nya rin ako ng gamot sa mata pa raw magregenerate ang nerve na nasira. Grabe ang gastos, salamat sa pangatlo kong kapatid na nagsponsor ng labs, consultation at meds ko. Ito rin ang araw na nagbalik kaming mag-asawa sa pagdadasal ng rosaryo. Hanggang sa sinusulat ko ito ay patuloy namin itong ginagawa, gabi-gabi bago matulog. Isinusuko na lahat sa Kanya. Pinagkakatiwalaan ko Siya nang lubos. Tiyak man ako sa lahat ng inuusal ko sa kanya, thy will be done pa rin. May mga panahon na tila naramdaman kong parang umulit ang lockdown sa akin. Literal na di ako lumalabas ng bahay. Ang oras ko ay umiikot lang sa loob ng bahay, nariyang mag-ayos ako ng higaan, maghanda ng almusal, tanghalian, at hapunan, maghugas ng plato, maglinis ng bahay, magsampay pag Linggo at magtupi naman pag Lunes. Paulit-ulit. Naglilibang naman ako, imbes na nanonood ako ng palabas eh pinakikinggan ko na lamang ito, parang nakikinig ng drama sa radyo. Ginagawa ko ito para di mapagod ang mata ko. Kapag naiingayan na ako ay itinitigil ko na ang pakikinig. Kahit noong nakaraan na nagschedule ng Zoom meeting para sa thesis writing ay nakinig lang ako. Bumalik na rin ako sa pagrerecord ng mga kanta gamit ang isang world's first social karaoke application. Nakikinig din ako ng mga tugtog sa Spotify at di iilang beses na napapaiyak na lamang ako sa ilang mga awitin marahil dahil nakakapagnilay-nilay ako at lubos na nagsisisi sa mga pagmamalabis na ginawa ko sa buhay lalo na sa katawan ko pero higit sa lahat kaya siguro napapaiyak dahil ramdam ko ang Kanyang presensiya. Isang hapon, Araw ng Kalayaan, literal na lumaya ako pansamantala sa aming bahay.

Sinundo kasi kami ng aming kumpare at sinabing ililibre kami. Di na raw siya tatanggap pa ng paghindi sa amin at upang mapapayag ay sinama pa nga ang kanyang asawa sa pangungumbinsi. Kumain kami sa Nonos. Nakakahiya nga kasi sila na nga ang nagyaya, sila pa ang nag-adjust sa kung ano lang ang pwede kong kainin. Umorder kami ng four cheese pizza, chicken sliders at salmon hollandaise. Teka, lima kaming nagsalo dyan ha! Kinabukasan, back to reality ulit. Napagpasyahan kong harapin muli ang aking thesis. Ayokong sayangin ang perang pinang-enroll ko doon noong Abril. Ayoko rin na maging "unproductive" at "useless". Isa pa magandang regalo sa asawa ko kung magtatapos ako sa masteral sa mismong kaarawan niya. May mga araw na magsusulat muna ako ng draft. May mga araw na mag-eencode naman ako sa IPad. Pinakikiramdaman ko palagi ang ulo at mata ko, pag pagod o nangangalay na ako itinitigil ko siya. Sa mga paunti-unti kong natatapos ay ipinapawasto ko ito sa aking thesis adviser sa pamamagitan ng pag-email nito sa kanya. Biniro pa nga niya ako sa pagsasabing kung di pa raw tumaas sugar ko di ko haharapin ang thesis ko. Sa isip ko, oo nga noh. Naging birtwal ang aming adviser-advisee consultations hanggang nitong Martes, Hunyo 18, sinabi niyang for colloquium na raw ako. Di ko alam kung matutuwa ako o malulungkot. Magandang balita kasi nakarating na ako sa bahaging ito sa kabila ng nangyari sa akin pero ano bang dapat unahin kong pagkagastusan, thesis o pampagamot ko? Hanggang sa pinaalala sa akin ng pangalawa kong kapatid na may pondo pa nga pala ako. Noon kasing nag-enroll ako sa thesis writing, binayaran ko nang buo ang tuition, kala ko kasi di na applicable ang discount pag nasa ganoong stage na. Naging blessing in disguise pa tuloy na di narefund iyon sa akin ng cashier ng university dahil nasecure na ang colloquium fee ko at nasa tatlong libo na lang ang dinagdag ko. Grabe rin ang mga provisions sa akin ng Panginoon nang araw na ito, ang ikalima kong kapatid ay nagtransfer ng fund dahil gusto lang daw niyang tumulong at ang dati ko namang kaklase at kaibigan noong high school na nasa California na ngayon ay tinawagan ako at binigyan ako ng prayer guide ni St. Jude (Patron of Impossible Cases). Ngayon lang ulit ako nakipag-usap, maliban sa kapamilya, pagkatapos ng nangyari sa akin. Sa totoo lang noong una nalulungkot ako sa hindi ko pagdalo sa livelihood training ng dishwashing liquid soap making at sa Marine Conservation Conference. Nabawasan ang followers ko sa TikTok dahil may isang buwan na akong di nag-uupload. Bumaba ang views ko sa YouTube dahil di na rin ako nag-uupload. Di ako nakakalabas para sana maenjoy ang bakasyon dahil ginagamit ko ito ngayon sa pagpapahinga at pagpapagaling. Ang dami pa ring dapat ipagpasalamat. Natuto akong maging disiplinado pagdating sa mga kinakain. Kaya ko naman palang magkanin ng tatlong kutsara lang, sanayan lang talaga. Ginagawa ko na ring magstationary bike nang tatlumpung minuto tuwing Martes, Huwebes at Sabado. Kailangan kong pagpawisan bago maligo. Kumakain na rin ako ng prutas gaya ng pinya at umiinom ng sabaw ng buko. Kumakain din ako ng wheat bread. Naalis ko na sa sistema ko ang pag-inom ng mga inuming may kulay gaya ng softdrink, kape, juice, milktea at marami pang iba. Tinanggal ko na rin ang red meat at pinalitan ng white mula sa manok at isda. Ito ay para di ako magkaproblema sa aking creatinine. Kumakain na rin ako ng gulay at umiinom ng barley. Natutulog na akong nang maaga. May oras na rin ang paggamit ko ng gadget. Sa edad na kwarenta'y singko ay ang bata ko pa. Marami pa akong pangarap sa buhay. Nabigyan din ako ng pagkakataong magbalik-loob sa Kanya. Natuto akong pahalagahan ang salitang "priority/priorities". Nakita ko kung gaano kalakas at kahalaga ang pamilya, di nila ako iniiwan sa paglalakbay kong ito. Nagpapasalamat ako sa iilang kaibigan, kaunti man sila pero nakita ko na sila ang nandyan sa tuwa at lungkot sa buhay ko. Nagpapasalamat din ako sa asawa ko, literal na sa hirap at ginhawa, lagi ko siyang kasama. Isang araw pag naging ayos na ang lahat babalikan ko ang mga taong ito bilang pasasalamat. Nasa punto na rin ako ng buhay ko na mas hinahanap ko ang mga bagay na maganda sa gitna ng krisis na aking pinagdadaanan. Ang dami mang nawala at di naenjoy sa buong bakasyon na ito ng Hunyo (bakasyon namin ito sa paaralan kung saan sa loob ng isang buwan ay di kami pwedeng kontakin at bigyan ng trabaho) marami rin naman Siyang ibinigay sa akin na dapat ipagpasalamat. Anong mga aral sa buhay ang matututuhan sa kuwento kong ito:

"I believe if you keep your faith, you keep your trust, you keep the right attitude. If you're grateful, you'll see God open up new doors." - Joel Osteen

"Turn your obstacles into opportunities and your problems into possibilities." - Roy T. Bennett

"Listen to your body."

"Teach me to trust in You with all my heart. To lean not on my own understanding. Guess I just forget You won't give me what I can't bear". – Gary Valenciano mula sa awiting Take Me Out of the Dark

"I'm grateful for the storm made me appreciate the sun. I'm grateful for the wrong ones made me appreciate the right ones. I'm grateful for the pain, for everything that made me break. I'm thankful for all my scars 'cause they only make my heart grateful." – Rita Ora mula sa awiting Grateful.

"Sa'king kamay, handang ibigay ang lahat ng naisin mo para sa ating paglalakbay. Ang 'yong kamay sa'ki'y ibigay hindi ka bibitawan sa'n man mapunta ang byahe nating dalawa." – Jroa mula sa awiting Byahe. Akala ko noong una lovesong lang ito para sa magkasintahan pero kung nanamnamin ang lyrics pwede rin ito sa akin at sa Kanya.

Seasons

Where did most of us encounter winter and the things associated with this season? Perhaps from the essay of Ponciano B.P. Pineda, *Amerikanisasyon ng Isang Pilipino* (isno) or from the TV show in 2007's *Sarah Ang Munting Prinsesa* (nyebe), from Disney's animation movie, *Frozen* (swirling storm, Wind is howling etc.), since the time this movie was shown Pinoy kids can't resist this movie and how they admired Elsa so much, or from the Christmas song *Winter Wonderland* (In the meadow we can build a snowman...). This song became a household Christmas song ever since. Also, this may come from the stories of our family members or relatives who have went there for a vacation during this season or who have worked there for a year or so. Or from own your personal experience. This and a lot more gave us an idea or a picture of what was winter is all about. But it should be noted that...

We only have two seasons here in the Philippines, the summer, and the rainy season while other countries have four: winter, spring, summer, and fall. Our rainy season is quite like that of the winter season. How? In what ways? First, during winter the wind picks up and trees creak and sway in the wind while here during the rainy season, you would hear the sound bamboo trees (which is abundant here) create when they sway to the direction where the wind is taking them. Both during winter and rainy seasons strong winds blow all around. Likewise, during these two seasons, the temperature decreases. Some animals hibernate in the winter. During the rainy seasons we don't just leave the animals like our pets outside our homes, we let them in and give them warmth and comfort, food and water included. Filipinos don't leave their pets behind even during strong typhoons or disasters. Let's talk about clothing, winter outfit consists of a warm hat, three or more layers of clothes, gloves, waterproof boots, one to two pair of socks, and sweaters. Here during the rainy season instead of sweaters, we typically wear jackets, we also wear waterproof boots that are matched with a raincoat and instead of warm hats, we have hard hats which are used during rescue when the rain turns into a typhoon and causes damage and destruction to people and properties. Winter generally lasts for three months, December to February same as the rainy season here which starts from June to August (though right now due to climate change more intense typhoons almost come into the country every month). Winter is characterized by cold weather, this cold weather brings people together to feel warmth, love, and connection. Also, winter is associated with the holidays, which deliver big family meals. During the rainy season since family members are stuck at home because of the rain, to feel warm and bond, either the mother or any family member would cook lugaw (porridge), sopas (soup), or champorado (chocolate porridge), any of this the family would enjoy in between small talks around the table. Winter is lifeless and a gloomy season. Here during the rains, it's always "bed weather" and a time when most of us would listen to sentimental (senti) songs and can't help but feel emotional, flashbacks of happy memories, reminiscing the past, and throwback pictures bring gloom. But at times winter season especially when it is about to last brings happiness to all of us here in our country since we have a humid weather here. It is very refreshing to sus every time we would experience that increase in temperature brought about by the melting of ice from countries experiencing winter and that the wind is blowing this coolness towards our country. Lastly, snow falls in the winter. Though not often, aside from rain, there was this one time in summer of 2023, a hailstorm hit the town of Mabinay in Negros Oriental, last year in Baguio and in 2015 hits Metro Manila nearby areas to name a few occurrences. Ice falls is normal even for a tropical country just like ours and that this are normal occurrences during a thunderstorm.

God made seasons and it is revealed in Genesis 8 which says, *"As long as the earth endures, seed time and harvest, cold and heat, summer and winter, day and night will never cease."* Whether it be a winter or rainy season both seasons are gifts from God. These two gives positive effects to the lives of people, in all aspects. But unfortunately, we've been experiencing climate change and it's negative effects like destruction nowadays. The cutting down of forests for example, we all know that there are so many benefits of trees to humans like oxygen, food, protection among others. But we should keep in mind that whatever we take from nature, nature would take it back from us. We should practice reciprocating, practice giving back. We cut down trees to provide for our needs, but we should replant trees in areas that have been affected by natural disturbances like floods, landslides and others. We are stewards of God's creation including these seasons, these gifts. We have to take care of everything and be responsible with all our actions. Every time we act bear in mind the lyrics of that song of Ayala at Ang Bagong Lumad, *Magkaugnay* which says, *Ang lahat ng bagay ay magkaugnay. Magkaugnay ang lahat.* In the spirit of nature, everything is connected. And when in doubt whether you are doing your responsibility as stewards of this land, go back and reflect on this verse: *The Lord God then took the man and settled him in the garden of Eden, to cultivate and care for it.* (Genesis 2:15) Awareness matters. We should know the importance of everything in our ecosystem. Let us all make a difference. Do it now so we will not regret later. Do it now so we could enjoy what these seasons has to offer.

Interrelated

Language and culture are inseparable.

Language is used to convey and preserve culture.

Bio means life. Language gives life to one's culture. Culture is kept alive when language is alive.

Many from other places come to the province to work.

Many foreign nationals in the province reside.

Only the old folks are the remaining speakers of the native language. Remember when you save a language, you preserve a culture.

Language when not used may experience extinction.

To stop this from happening, what's the best solution?

Read literature written in your native language. May your pride never weaken, never fade.

As stewards, we should take care of our property.

Defend, preserve, enrich, and protect mother nature.

Cultural and linguistic don't forget to include.

Tell stories of the perseverance and heroism of our indigenous groups.

Diversity of life in all its manifestations: cultural, linguistic, and biological In the spirit of nature, everything is connected. Isn't that magical?

Know the importance of everything in our ecosystem.

Because from our territories, we draw our relationships, livelihoods and our knowledge systems.

Rise-up

Dianne is the eldest among the seven children of Melanie and Brian. Since childhood, she had experienced being compared to her siblings and she was always the loser. For instance, every time that they have visitors, she and her siblings would run to check it out. That day, it was her aunt Sally who visited. When her aunt saw Cora and Cacai, she praised their beauty and being a mestiza. When she saw her, she said that Dianne is a Filipina beauty. Her mom agreed to state that Dianne got her looks from her mother, Lola Luming. At nine years old, having the same situation just adds up to the weight that piled up in her chest. From then, she realized that she is not beautiful because she is not mestiza.

Dianne excused herself and went to her bedroom. She covered her face with a pillow and silently cried. Afterward, she got up to check a photo album from the drawer. She carefully removed an old photograph of a little girl wearing a green dress and kung fu shoes while holding a flower and smiling. At a closer look, one could see the little girl's swollen eyes crying. She was crying because she was not included in the Flores de Mayo, but because of the picture taking, she stopped and smiled for a pose. From staring at that picture, she realized that she is not beautiful because she is not mestiza.

Among the siblings, only Dianne took an education course. She studied hard and participated in co-curricular activities. She was the president of the Education Student Council and a consistent dean's lister while in her sophomore year. She was a good writer. She was the editor-in-chief of *Ang Guro*, the College of Education's official newsletter.

The comparison between her and her siblings didn't end there but she got used to it. The only way she survived was through prayers. She talked to God. She felt strong whenever she prayed. She found someone who doesn't get tired from listening. Their conversations continued every night. She told Him everything and felt relieved in the end. She even asked for His guidance to help her be an honor student. She knew that she also needed to work hard for it.

By March, her adviser announced the honor list. Her name was included. She was finally reaping the fruit of her labor. Her family was proud of her. They said a lot of great things about her achievement. Amid the joyous event, Dianne expressed her surprise when her parents announced her achievement to their relatives despite her not being pretty. Her mom eventually told her that beauty is not the only thing that is noticeable in a person. In Dianne's case, her siblings looked up to her patience and hard work. Most importantly, her mom told Dianne that they are look-alikes. Her dad added that she got her intelligence from him. Everyone laughed.

Freedom and Responsibility

Independence is both freedom and responsibility. It is freedom to choose what we want to do and be responsible for all choices we make.

Let me walk you through my life and show you my interpretation of independence and how I typically celebrate it.

Self. Freedom is to love yourself. Can't help but go back to the lyrics of the song "A Hard Day's Night" by The Beatles that goes... "It's been a hard day's night. And I've been working like a dog. It's been a hard day and night. I should be sleeping like a log..." It made me realize that we should show respect for ourselves by setting boundaries and prioritizing our needs. Spend quality time with yourself, watch a movie, eat at your favorite restaurant, get a full body massage, have a mani and pedi and all that jazz! If I do all these perhaps, I could hear my body singing that chorus on Christina Aguilera's song, "What a girl wants. What a girl needs. Whatever makes me happy sets you free. And I'm thanking you for knowing exactly... And, free my mind from thinking that taking care of myself is a selfish thing, because it's not!

Community. Independence is freeing yourself from being a burden to others or to your community. Mahatma Gandhi once said, "The best way to find yourself is to lose yourself in the service of others". As for me, I participate in Clean-up Drives may it be division wide, school or community based. I organized school-based projects like reading intervention programs for non-reader students and created links with the community. I was also able to organize a charitable activity (volunteer my time to give groceries to homeless people in the street) last December of 2020 though I haven't received yet my salary (I just asked the help of my siblings abroad to raise funds to be able to buy the groceries) from YouTube that didn't stop me from my mission to give bag of groceries to elders who despite their age are still working hard to provide for themselves or for their families. These may not be grand, but I do believe that no good deed is ever too small. All acts of kindness are BIG in their own way.

God. Freedom to express how much you love and adore Him, that in whatever you do, do it all for the glory of God. God created me in His image and called me to partner with Him. Partnership with Him requires trust, so God gave us the freedom to make our own choices. As a child of God, we should trust God's wisdom over ours. When an invitation to share one's passion for sharing God's word through writing passed my newsfeed, I immediately clicked the link they provided and filled out their online registration. During the free training and workshop the host asked, why join? I told her that this is an opportunity for me to give back to Him and that this will serve as a way for me to let others know, through my stories, how He worked wonders in my life and that through this I hope and pray that I will be able to inspire others.

Vocation. Freedom is flexibility. Flexible enough to adapt to changing times. From face-to-face interaction with my students to online consultations with them. From physical reporting to work from home. From books, cartolina and blackboard to video lessons, Google Classroom, padlet and the like as instructional materials. If I am not able to adapt to these changes, I will be trapped in stress. I don't want stress to rule over me. I always keep in mind and apply what the anthologist Terri Guillemets said, "Give your stress wings and let it fly away." Because if not, I will not be as transformative and as innovative as I am now. I will still be that traditional. But proudly I could say that because I accepted the challenge and embraced the fact that change is inevitable, I am that 21st century teacher that the department wants me to be. Also, being flexible means you are free to decide as to what strategy you are to use to be able to carry out a particular lesson to your learners. Free to decide would mean you have to keep in mind all about the different learning styles of learners and so you must apply differentiated activities. The objective is for all learners to learn effectively, regardless of differences in their ability. And so, the teacher is given freedom to create a range of different avenues for learners to understand new information. As a teacher it is my role to contribute to nation building. It is my role to produce resilient learners who value collaboration. I know that I am producing an asset and not a liability to our country. I am producing the kind of kabataan na pag-asa ng bayan Dr. Jose P. Rizal, our national hero, hoped for.

Others. Freedom is to choose. To choose right from wrong. To choose love over hate. To choose forgiveness over anger. To choose positivity over negativity. To choose happiness. The best things in life are free. Choose wisely.

This is what independence is to me. And every day I celebrate it. Independence is something we should be proud of and enjoy.

Summer of 2022

Ang daming bansa ang nag-impose noon ng quarantine, entry bans at iba pang travel restrictions hindi ko tuloy alam kung maaachieve ko ang tinuran ni Dalai Lama na, "Once a year, go someplace you've never been before." Mapuntahan ko pa rin kaya ang aking mga travel destinations? Ma-achieve ko pa rin kaya ang aking travel goals? Nasa gitna tayo ng pandemya at dumaranas nang panahong iyon ng krisis lalo na sa usaping pinansyal. Mukhang malabo. Isang araw dumaan sa newsfeed ko ang mga larawan kuha sa Torres Farm and Resort (Sponsored ang nakalagay sa ilalim ng post). Pinuntahan ko ang kanilang FB page at nagbrowse ako. Hhhmm…pwede! Nais ko rin kasing mag-inject ng travel content sa aking vlog. Sa madaling sabi, natuloy kami ng aking asawa sa naturang lugar. Bayad ng entrance fee, nag-ikot, umaatikabong posing at picturan, iba-ibang anggulo, iba-ibang projection. Naalala ko ang isang pamagat, sabi Around the World in Eighty Days. Sino ang mag-aakala na kaya ko palang libutin ang mundo sa loob lamang ng isang araw at sa loob lamang ng dalawang oras. Napuntahan ko ang Statue of Liberty ng USA, Santorini ng Greece, Pyramid of Giza ng Egypt, Turkey, Stonehenge ng England, Disney Castle ng Hongkong, Moai Statue ng Eastern Island, Chile, Sydney Opera House, Merlion ng Singapore at iba pa. Siyempre iba pa rin ang authenticity kapag pumunta ka talaga sa mga bansang ito pero sabi nga, ito muna sa ngayon, at least mayroon akong pang-Hello Summer at masaya ako dahil sa educational ang lugar, nakapagbonding at naka-awra kaming mag-asawa. Higit sa lahat masasabi kong lumabas ang aking pagiging malikhain at pagplaplano para ma-achieve ang #travelgoals.

About the Author

Nadia L. Santos

NADIA L. SANTOS is a teacher by profession. She loves writing poetry and stories about life, love or anything that interests her. She is the editor-in-chief of Ang Guro, the newsletter of College of Education during her college days. Currently she is the consultant of Lampara, the school publication of the senior high school where she is teaching. She's been a trainer for various journalism contests in the elementary, junior and senior high school and coached literary contests as well. She loves joining contests from different publishing houses which led to the birth of her numerous literary works and pieces. She is also a host and the scriptwriter of her own talk show on Instagram, Small Talk with Me. She is also a YouTuber, a content creator and an influencer. She is limitless when it comes to her passion which is writing. She is now into writing her thesis.

www.ingramcontent.com/pod-product-compliance
Lightning Source LLC
LaVergne TN
LVHW041603070526
838199LV00047B/2111